AF201424

Impressum
Verlag: BABADADA GmbH, Nedderfeld 112 , 22529 Hamburg
Geschäftsführer / Verlagsleitung: Harald Hof
Druck: Books on Demand GmbH, In de Tarpen 42, 22848 Norderstedt

Imprint
Publisher: BABADADA GmbH, Nedderfeld 112 , 22529 Hamburg, Germany
Managing Director / Publishing direction: Harald Hof
Print: Books on Demand GmbH, In de Tarpen 42, 22848 Norderstedt

# ትምህርት ቤት

# 學校

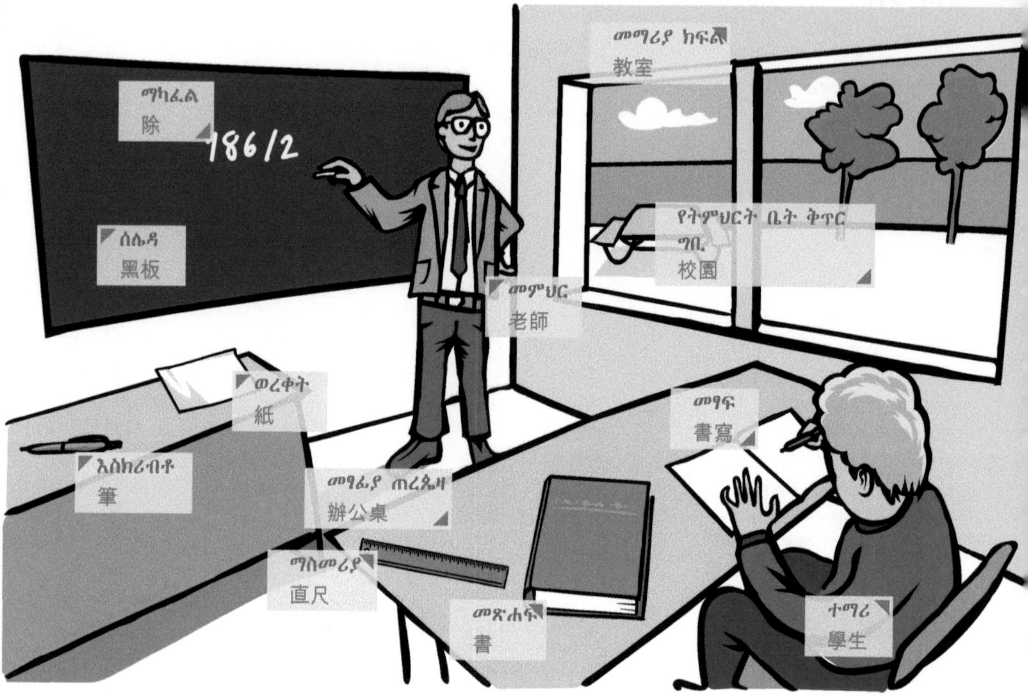
መማሪያ ክፍል
教室
ማካፈል
除
186/2
ሰሌዳ
黑板
የትምህርት ቤት ቅጥር ግቢ
校園
መምህር
老師
ወረቀት
紙
መፃፍ
書寫
እስክሪብቶ
筆
መፃፊያ ጠረጴዛ
辦公桌
ማስመሪያ
直尺
መጽሐፍ
書
ተማሪ
學生

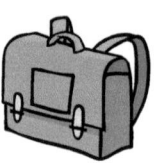

የጀርባ ቦርሳ

書包

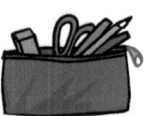

የእርሳስ መያዣ

鉛筆盒

እርሳስ

鉛筆

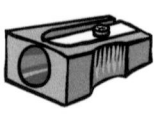

የእርሳስ መቅረጫ

削鉛筆機

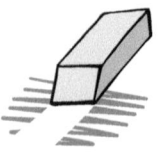

ላጲስ

橡皮擦

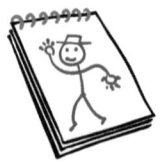

የስዕል ደብተር

畫板

ስዕል

圖畫

የቀለም ብሩሽ

畫筆

የቀለም ሳጥን

顏料盒

መቀስ

剪刀

ማጣበቂያ

膠水

መልመጃ ደብተር

練習冊

የቤት ስራ

家庭作業

ቁጥር

數字

መደመር

加

መቀነስ

減

ማባዛት

乘

ቁጥሮችን ማስላት

計算

ደብዳቤ

字母

ፊደላት

字母表

ቃል

字

ፅሑፍ

課文

ማንበብ

讀

ጠመኔ

粉筆

ትምህርት

上課

ምዝገባ

登記

ፈተና

考試

ሰርተፊኬት

證書

የትምህርት ቤት የደንብ ልብስ

校服

ትምህርት

教育

አዉደ ጥበብ

百科全書

ዩኒቨርስቲ

大學

የምርምር አጉሊ መሳርያ

顯微鏡

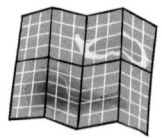

ካርታ

地圖

የቆሻሻ ወረቀት መጣያ ቅርጫት

廢紙簍

ሆቴል
飯店
Grand
ማረፊያ ቤት
青年旅社
ROOMS
EXCHANGE
የዉጭ ገንዘብ ምንዛሪ ቢሮ
外幣兌換處
ልብስ መያዣ ሻንጣ
手提箱
መኪና
汽車

ቋንቋ

語言

አዎ/ አይደለም

是/否

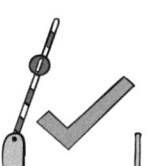

እሺ

好的

ሰላም

您好

አስተርጓሚ

翻譯人員

አመሰግናለሁ

謝謝

ስንት ነዉ........?

......多少錢？

አልገባኝም

我不明白

እክል

問題

እንደምን አመሹ!

晚上好！

እንደምን አደሩ!

早上好！

መልካም ምሽት!

晚安！

ደህና ይሰንብቱ

再見

አቅጣጫ

方向

ሻንጣ

行李

ቦርሳ

包

የጀርባ ቦርሳ

背包

እንግዳ

客人

ክፍል

房間

የመተኛ ቦርሳ

睡袋

ድንኳን

帳篷

የጎብኚዎች መረጃ

旅行資訊

የባህር ዳርቻ

海灘

ክሬዲት ካርድ

信用卡

ቁርስ

早餐

ምሳ

午餐

እራት

晚餐

ቲኬት

票

አሳንሰር

電梯

ማህተም

郵票

ድንበር

邊界

ባህሎች

海關

ኤምባሲ

大使館

ቪዛ/የይለፍ ወረቀት

簽證

ፓስፖርት

護照

# መጓጓዣ

## 交通運送

አዉሮፕላን
飛機
መርከብ
船
የእሳት አደጋ መኪና
消防車
አዉቶብስ
公車
የጭነት መኪና
卡車
የሞተር ጀልባ
汽艇
ብስክሌት
腳踏車
መኪና
汽車

የማመላለሻ ጀልባ

渡輪

ጀልባ

小船

የሞተር ብስክሌት

機車

የፖሊስ መኪና

警車

የዉድድር መኪና

賽車

የኪራይ መኪና

租車

የመኪና መጋራት

拼車

ጎታች መኪና

拖車

የቆሻሻ ጭነት መኪና

垃圾車

ሞተር

馬達

ነዳጅ

汽油

የቤንዚን ማደያ

加油站

የመንገድ ምልክት

交通標識

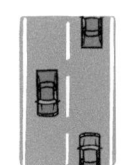

የመኪኖች እንቅስቃሴ

交通

የመኪና መጨናነቅ

交通堵塞

የመኪና ማቆሚያ

停車場

የባቡር ጣቢያ

火車站

የባቡር ሀዲዶች

軌道

ባቡር

火車

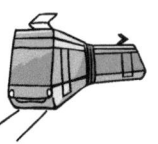

የኤሌክትሪክ ባቡር

路面電車

ሰረገላ

客車廂

ሄሊኮፕተር

直升機

አየር ማረፊያ

機場

ማማ

塔

መንገደኛ

乘客

ማስቀመጫ፤ ማጠራቀሚያ

集裝箱

ርቶን እቃ ማሸጊያ

紙板箱

ሪ፤ ተሳቢ

手推車

ቅርጫት

籃子

መ ሳት/ ማረፍ

起飛/降落

---

## ተማ

## 城市

መንደር

村莊

የ ተማ ማዕ ል

市中心

ቤት

房子

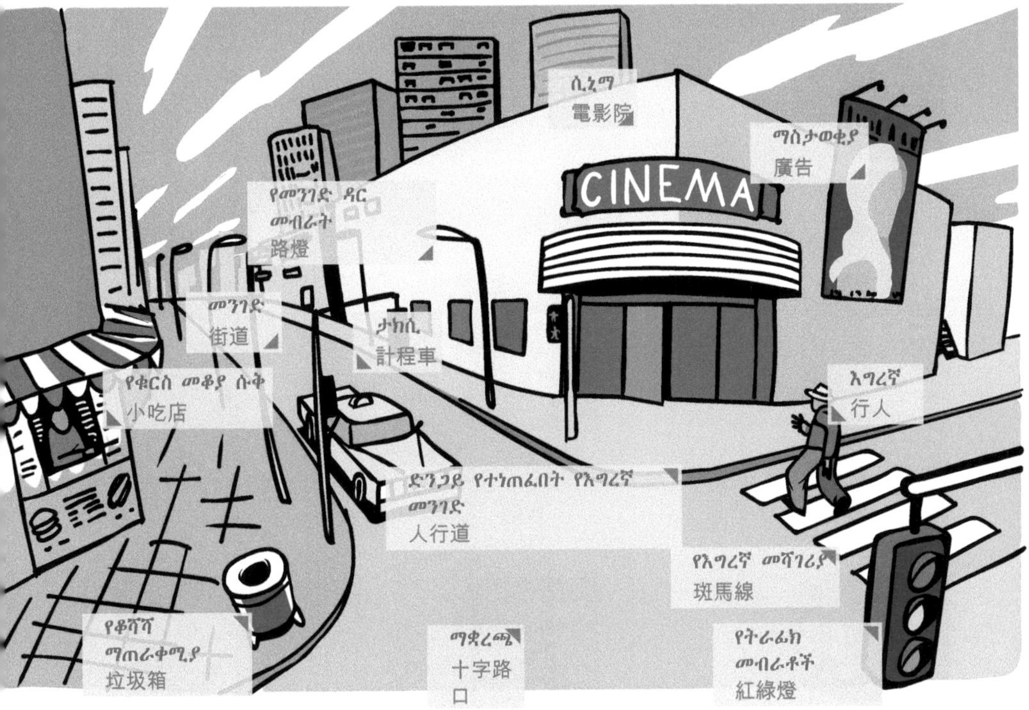

CINEMA
ሲኒማ
電影院
ማስታወቂያ
廣告
የመንገድ ዳር
መብራት
路燈
መንገድ
街道
ታክሲ
計程車
የቁርስ መቆያ ሱቅ
小吃店
እግረኛ
行人
ድንጋይ የተነጠፈበት የእግረኛ
መንገድ
人行道
የእግረኛ መሻገሪያ
斑馬線
የቆሻሻ
ማጠራቀሚያ
垃圾箱
ማቋረጫ
十字路
口
የትራፊክ
መብራቶች
紅綠燈

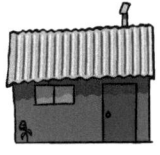

ጎጆ

小屋

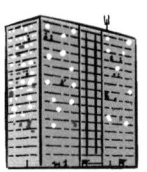

አፓርታማ

公寓

የባቡር ጣቢያ

火車站

የከተማ አዳራሽ

市政廳

MUSEUM

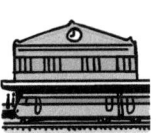

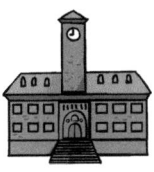

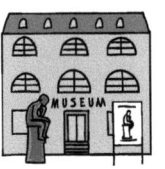

ቤተ መዘክር

博物館

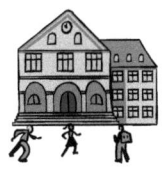

ትምህርት ቤት

學校

ዩኒቨርስቲ

大學

ባንክ

銀行

ሆስፒታል

醫院

ሆቴል

飯店

መድሐኒት ቤት

藥房

ቢሮ

辦公室

መፅሐፍ መሸጫ

書店

ሱቅ

商店

የአበባ መሸጫ

花店

የሸቀጣ ሸቀጥ መደብር

超市

ገበያ ስፍራ

市場

መደብር

百貨商店

የዓሳ ነጋዴ

魚店

የገበያ ማዕከል

購物中心

ወደብ

海港

መናፈሻ ቦታ

公園

አግዳሚ ወንበር

長凳

ድልድይ

橋

ደረጃዎች

樓梯

ዉስጥ ለዉስጥ

捷運

ዋሻ

隧道

የአዉቶቡስ ፌርማታ

公車站

ባር

酒吧

ምግብ ቤት

餐館

የፖስታ ሳጥን

郵筒

የመንገድ ምልክት

路標

የመኪና ማቆሚያ ሒሳብ የሚያሰላ
ማሽን

停車計時器

የደር እንስሳት ማቆያ

動物園

የመዋኛ ገንዳ

游泳池

መስጊድ

清真寺

እርሻ
......................
農場

የሚበክል ነገር
......................
污染

መቃብር ስፍራ
......................
墓地

ቤተ ክርስቲያን
......................
教堂

መጫወቻ ሜዳ
......................
操場

ቤተ መቅደስ
......................
寺廟

## መልከዓምድር
## 地形

ቅጠል
樹葉

የመንገድ ላይ
ምልክት
指示牌

መንገድ
路

አረንጓዴ መስክ
草地

ድንጋይ
石頭

ዛፍ
樹

በእግሩ የሚጓዝ
徒步旅行者

ወንዝ
河

ሣር
草

አበባ
花

ሸለቆ

峽谷

ኮረብታ

丘陵

ሀይቅ

湖

ጫካ

森林

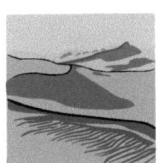

በረሃ

沙漠

እሳተ ገሞራ

火山

ግምብ

城堡

ቀስተ ዳመና

彩虹

እንጉዳይ

蘑菇

የቴምብር ዛፍ/ ዘንባባ

棕櫚樹

ቢንቢ/ የወባ ትንኝ

蚊子

በራሪ

蒼蠅

ጉንዳን

螞蟻

ንብ

蜜蜂

ሸረሪት

蜘蛛

ጢንዚዛ

甲蟲

እንቁራሪት

青蛙

ሽኮኮ

松鼠

ጃርት

刺蝟

ጥንቸል

野兔

ጉጉት ወፍ

貓頭鷹

ወፍ

鳥

የዉሃ ዳክዬ

天鵝

ከርከሮ

野豬

አጋዘን

鹿

አጋዘን

麋鹿

ግድብ

水壩

በነፋስ የሚሽከረከር

風力發電機

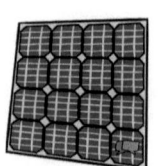

የፀሀይ ፓኔሎ

太陽能電池板

አየር ንብረት

氣候

# ምግብ ቤት

## 餐館

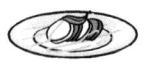

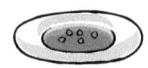

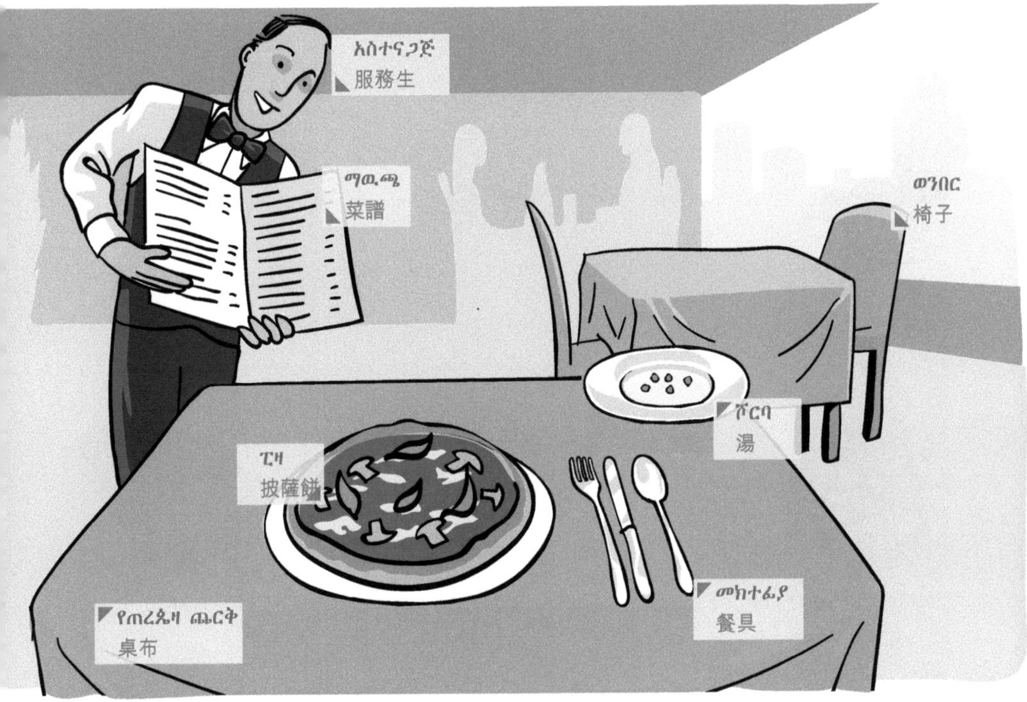
አስተናጋጅ
服務生
ማዉጫ
菜譜
ወንበር
椅子
ሾርባ
湯
ፒዛ
披薩餅
መክተፊያ
餐具
የጠረጴዛ ጨርቅ
桌布

የምግብ ፍላጎትን የሚከፍት ምግብ
前菜

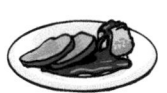

ዋና ምግብ
主菜

ማጣጣሚያ ተከታይ ምግብ
甜點

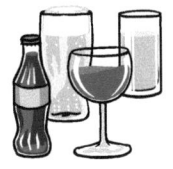

መጠጦች
飲料

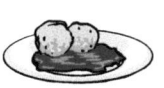

ምግብ
食物

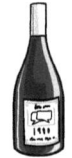

ጠርሙስ
瓶子

ፈጣን ምግብ

速食

የመንገድ ምግብ

街邊小吃

የሻይ ማንቆርቆሪያ

茶壺

የስኳር እቃ

糖盒

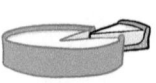

ድርሻ

一份飯菜

የቡና ማፊያ ማሽን

義式咖啡機

ባለጌ ወንበር

高腳椅

የክፍያ ደረሰኝ

帳單

ትሪ

托盤

ቢላዋ

刀

ሹካ

餐叉

ማንኪያ

勺子

የሻይ ማንኪያ

茶匙

ልብስ ምግብ እንዳይነካ የሚረዳ ጨርቅ

餐巾

ብርጭቆ

玻璃杯

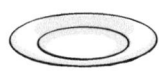

ዝርግ ሰሀን

碟子

የሾርባ ጎድጓዳ ሰሀን

湯盤

የስኒ ማስቀመጫ

碟子

ማጣፈጫ ስጎ

醬

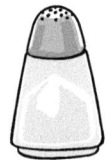

የጨው እቃ

鹽瓶

የተፈጨ ቃሪያ

胡椒研磨罐

ኮምጣጤ

醋

የምግብ ዘይት

食用油

ቀመማ ቅመሞች

調味料

የቲማቲም ድልህ

番茄醬

ሰናፍጭ

芥末

ማዮኒዝ

美乃滋

## 超市

ሉካንዳ ነጋዴ

肉鋪

መጋገርያ

麵包店

ክብደት መመዘን

稱重

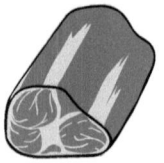

ቅጠላ ቅጠል አትክልት

蔬菜

ስጋ

肉

የቀዘቀዘ/የረጋ ምግብ

冷凍食品

ቀዝቃዛ ቁራጭ

冷盤

የታሸገ ምግብ

罐頭食品

የማጠቢያ ዱቄት

洗衣粉

ጣፋጮች

甜食

የቤት ዉስጥ ዉጤቶች

日用品

የፅዳት ምርቶች

清潔用品

የሽያጭ ባለሙያ

銷售員

የገንዘብ መመዝቢያ ማሽን

收銀機

የሒሳብ ሰራተኛ

收銀員

የግዢ ዝርዝር

購物清單

ክፍት ሰዓታት

開放時間

የኪስ ቦርሳ

錢包

ክሬዲት ካርድ

信用卡

ቦርሳ

袋子

የፕላስቲክ ቦርሳ

塑膠袋

# መጠጦች

## 飲料

ዉሃ

水

ጭማቂ

果汁

ወተት

牛奶

ኮካ-ኮላ

可樂

ወይን

紅酒

ቢራ

啤酒

አልኮል

酒

ኮካ

可可

ሻይ

茶

ቡና

咖啡

የተፈላ ቡና

義式濃縮咖啡

ካፕቺኖ

卡布奇諾

# ምግብ
# 食物

ሙዝ

香蕉

ፖም

蘋果

ብርቱካን

柳丁

ሀብሀብ

西瓜

ሎሚ

檸檬

ካሮት

胡蘿蔔

ነጭ ሽንኩርት

大蒜

ሸምበቆ

竹子

ቀይ ሽንኩርት

洋蔥

እንጉዳይ

蘑菇

ለዉዝ

堅果

የህፃናት ምግብ

麵條

ፓስታ

義大利麵

ሩዝ

米飯

ሰላጣ

沙拉

የድንች ጥብስ

薯條

ድንች ጥብስ

炸馬鈴薯

ፒዛ

披薩餅

ዳቦ ዉስጥ በስሱ ተጠብሶ የገባ ስጋ

漢堡

ሳንድዊች

三明治

ጥሬ ስጋ

炸豬排

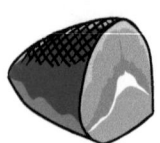

የአሳማ ስጋ

火腿

በቅመምና በጨዉ የታሸ ምግብ ቀዝቅዞ የሚበላ ሾርባ ምግብ

義大利臘腸

ቋሊማ

香腸

ዶሮ

雞肉

ጥብስ

烤肉

አሳ

魚

የአጃ ገንፎ

燕麥片

ከወተት ጋር ተደባልቀዉ የሚበሉ ምግቦች

木斯里

የበቆሎ ቅርፊት

玉米片

ዱቄት

麵粉

ኩራሳ

牛角麵包

ድብልብል ዳቦ

麵包捲

ዳቦ

麵包

መጥበስ

吐司

ብስኩት

餅乾

ቅቤ

奶油

እርጎ

凝乳

ኬክ

蛋糕

እንቁላል

蛋

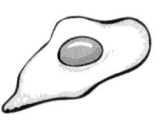

እንቁላል ጥብስ

煎蛋

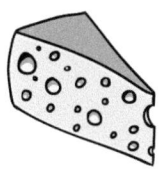

አይብ

起司

የበረዶ ክሬም

冰淇淋

ስኳር

糖

ማር

蜂蜜

ማርማላት

果醬

የተናጠ የወተት ክሬም

巧克力醬

ማጣፈጫ

咖哩

# እርሻ
# 農場

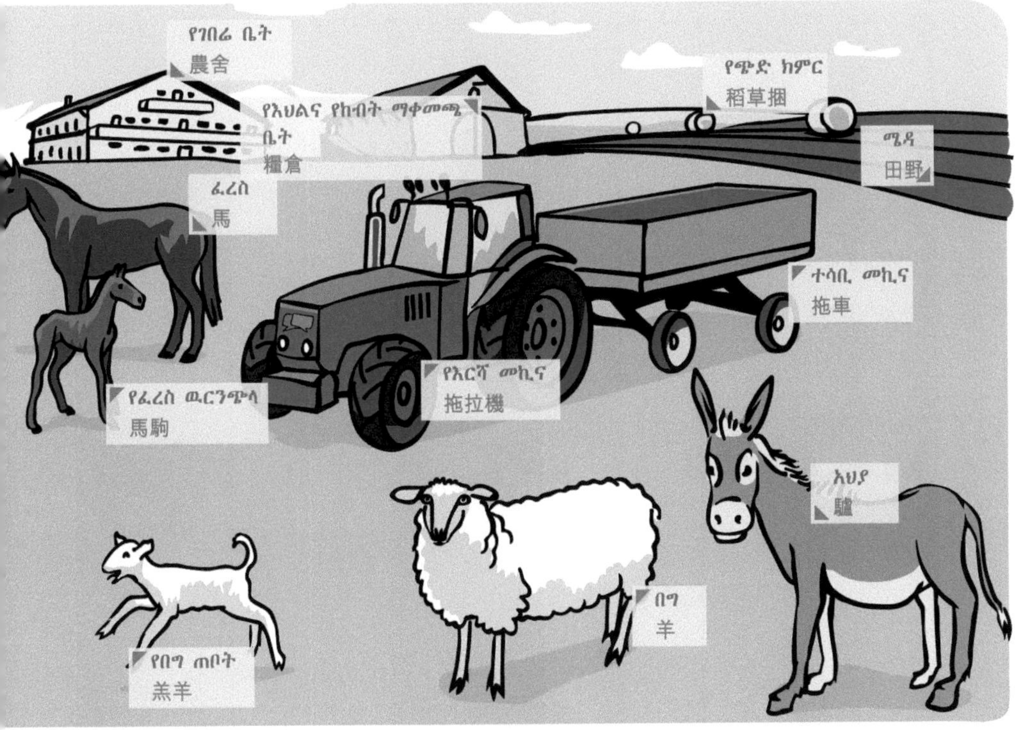

የገበሬ ቤት
農舍
የእህልና የከብት ማቀመጫ ቤት
糧倉
የጭድ ክምር
稻草捆
ሜዳ
田野
ፈረስ
馬
ተሳቢ መኪና
拖車
የእርሻ መኪና
拖拉機
የፈረስ ዉርንጭላ
馬駒
አህያ
驢
በግ
羊
የበግ ጠቦት
羔羊


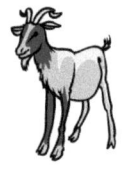

ፍየል

山羊

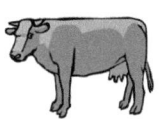

ላም

奶牛

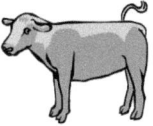

ጥጃ

小牛

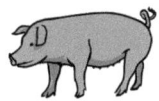

አሳማ

豬

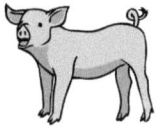

ግልገል አሳማ

小豬

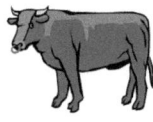

ኮርማ

公牛

ዝይ

鵝

ዳክዬ

鴨

የዶሮ ጫጩት

小雞

ዶሮ

母雞

አውራ ዶሮ

公雞

አይጥ

鼠

ደድመት

貓

አይጥ

老鼠

በሬ

牛

ውሻ

狗

የውሻ ቤት

狗屋

የአትክልት ቦታ

花園澆水軟管

ውሃ ማጠጫ ባልዲ

澆水壺

ረጅም ማጭድ

長柄大鐮刀

ማረሻ

犁

ማጭድ

鐮刀

መኮትኮቻ

鋤頭

የእህል መንሽ

長柄草耙

መጥረቢያ

斧頭

ኩርኩር/ የእጅ ጋሪ

獨輪手推車

ገንዳ

飼料槽

የወተት ዕቃ

牛奶罐

ጆንያ ከረጢት

麻布袋

አጥር

柵欄

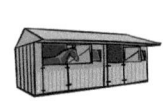

የፈረስ ጋጣ

馬廄

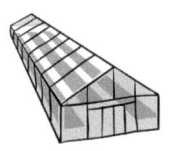

ዕፅዋት ማሳደጊያ የመስታዉት ቤት

溫室

አፈር

土壤

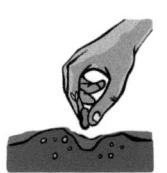

ዘር

種子

የመሬት ማዳበሪያ

肥料

ጥምር ማረሻ

聯合收割機

አዝመራ መሰብሰብ

收割

አዝመራ

收割

ድንች

地瓜

ስንዴ

小麥

ሶያ

大豆

ድንች

土豆

በቆሎ

玉米

የከብት መኖ

油菜籽

የፍሬ ዛፍ

果樹

የካሳቫ ዛፍ

樹薯

እህል

穀物

የጪስ ማዉጫ
煙囪

ጣራ
屋頂

አሽንዳ
落水管

መስኮት
窗戶

ጋራዥ
車庫

የበር ደወል
門鈴

በር
門

የቀዳሻ ማጠራቀሚያ
垃圾桶

ፖስታ ሳጥን
信箱

የአትክልት ቦታ
花園

ሳሎን

客廳

መታጠቢያ ቤት

浴室

ማድቤት

廚房

መኝታ ቤት

臥室

የልጅ ክፍል

兒童房

መመገቢያ ክፍል

餐廳

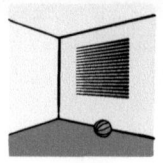

ወለል

地板

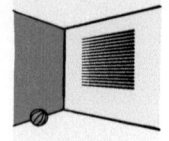

ግድግዳ

牆壁

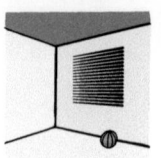

ጣሪያ

天花板

ምድር ቤት

地窖

በእንፋሎት ሙቀት መታጠቢያ ቤት

三溫暖

ሰገነት

陽臺

ፍ ያለ መደብ

露臺

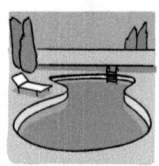

መዋኛ ገንዳ

游泳池

ማጨጃ መኪና

割草機

አንሶላ

被單

አል ልብስ

床罩

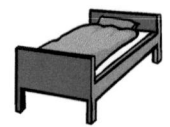

አል

床

መጥረጊያ

掃帚

ባልዲ

水桶

ማብሪያና ማጥፊያ

開關

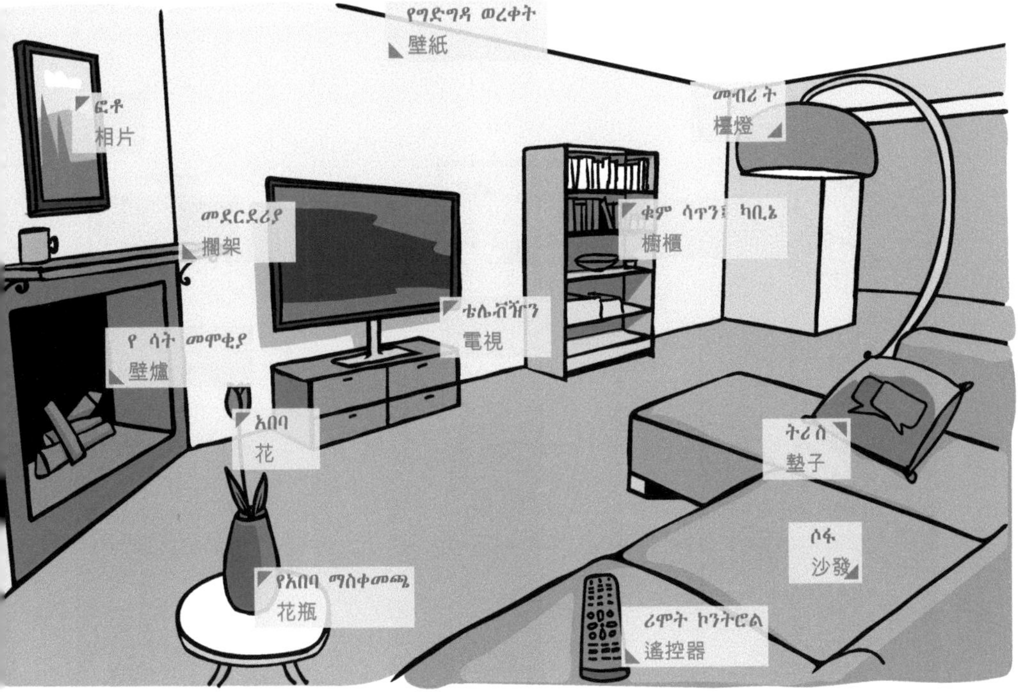

የግድግዳ ወረቀት
壁紙

መብራት
櫃燈

ፎቶ
相片

መደርደሪያ
擱架

ቁም ሳጥንሽ ካቢኔ
櫥櫃

የ ሳት መሞቂያ
壁爐

ቴሌቪዥን
電視

አበባ
花

ትሪስ
墊子

ሶፋ
沙發

የአበባ ማስቀመጫ
花瓶

ሪሞት ኮንትሮል
遙控器

ንጣፍ

地毯

መጋረጃ

窗簾

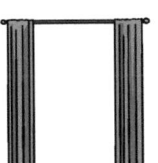

ጠረጴዛ

餐桌

ወንበር

椅子

ተወዛዋዥ ወንበር

搖椅

ባለመደገፊያ ወንበር

扶手椅

መጽሐፍ

書

ብርድ ልብስ

毯子

ጌጥ

裝飾品

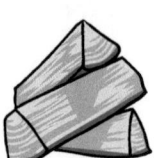

ማገዶ

木柴

ፊልም

電影

የሙዚቃ መማጬወቻ

高傳真音響

ቁልፍ

鑰匙

ጋዜጣ

報紙

ስዕል

油畫

የተለጠፈ ማስታወቂያ እንደ ስዕል

海報

ራዲዮ

收音機

ማስታወሻ ደብተር

筆記本

የአየር ማፅጃ ለምንጣፍ

吸塵器

ቁልቋል

仙人掌

ሻማ

蠟燭

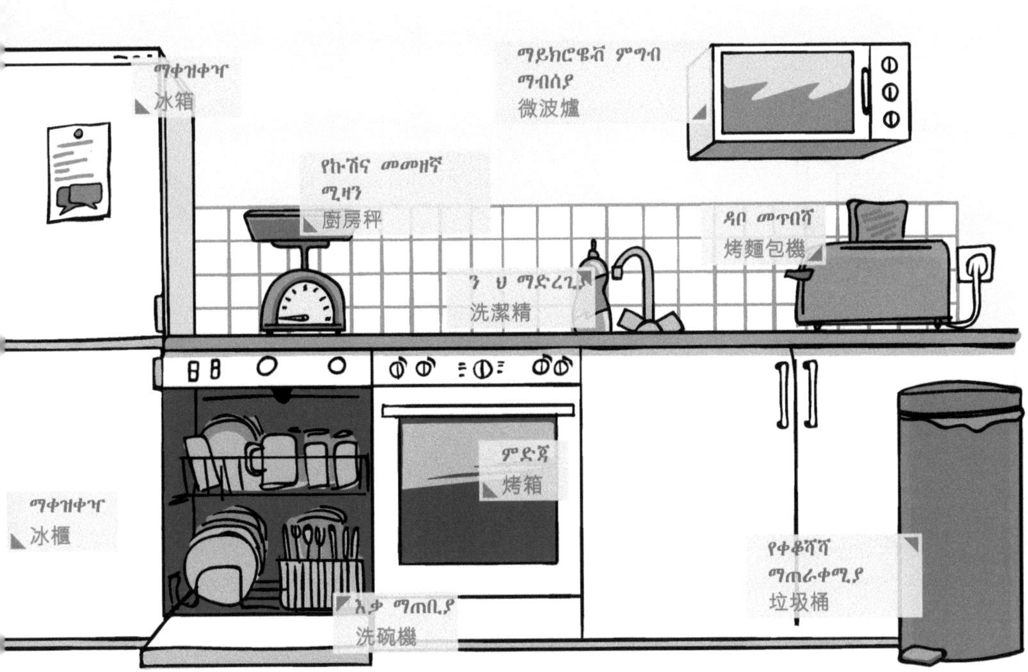

ማቀዝቀዣ
冰箱

ማይክሮዌቭ ምግብ ማብሰሊያ
微波爐

የኩሽና መመዘኛ ሚዛን
廚房秤

ዳቦ መጥበሻ
烤麵包機

ን ሀ ማድረጊ
洗潔精

ምድ ጃ
烤箱

ማቀዝቀዣ
冰櫃

የቀቆሻሻ ማጠራቀሚያ
垃圾桶

እቃ ማጠቢያ
洗碗機

ምግብ አብሳይ

炊具

ማሰሮ

鍋

የብረት ማሰሮ

鑄鐵鍋

ምግብ ማብሰያ ዝርግ ድስት

炒鍋

የምግብ መጥበሻ

平底鍋

ማንቆርቆሪያ

水壺

የእንፋሎት ማብሰያ

蒸鍋

የመጋገሪያ ትሪ

烤盤

ሰብስቦች

陶瓷鍋

ትልቅ ኩባያ

馬克杯

ጎድጓዳ ሳህን

碗

ቾፕስቲክስ

筷子

ጭልፋ

長柄勺

መሰቅሰቂያ ዝርግ ማንኪያ

鏟子

ማደባለቂያ

攪拌器

መወጠሪያ

濾網

ወንፊት

篩子

መፈርፈሪያ መሳሪያ

磨碎機

ሲሚንቶ

研缽

የፍም ጥብስ

燒烤

የተለቀቀ እሳት

明火

መክተፊያ

菜板

ተንሸራታች መርፌ

擀麵杖

የጠርሙስ መክፈቻ

開瓶器

ጣሳ

罐子

የጣሳ መክፈቻ

開罐器

የማሰሮ መሸፈኛ

隔熱手套

ሳህን ማጠቢያ

水槽

ብሩሽ

刷子

ስፖንጅ

海綿

መደባለቂያ መሳሪያ

攪拌機

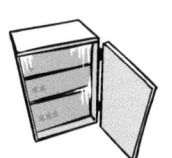

በጣም ማቀዝቀዣ

冷藏箱

ጡጦ

奶瓶

ቧንቧ

水龍頭

# መታጠቢያ ቤት

## 浴室

ማሞቂያ
供暖裝置
መታጠቢያ
ፎጣ
毛巾
የመታጠቢያ ቤት መጋረጃ
浴簾
የአረፋ መታጠቢያ
泡沫浴
የመታጠቢያ ገንዳ
浴缸
ብርጭቆ
玻璃杯
የልብስ ማጠቢያ
洗衣機
水龍頭
ማዕዘን ወለል
瓷磚
ፖፖ
便壺
ሳህን ማጠቢያ
水槽

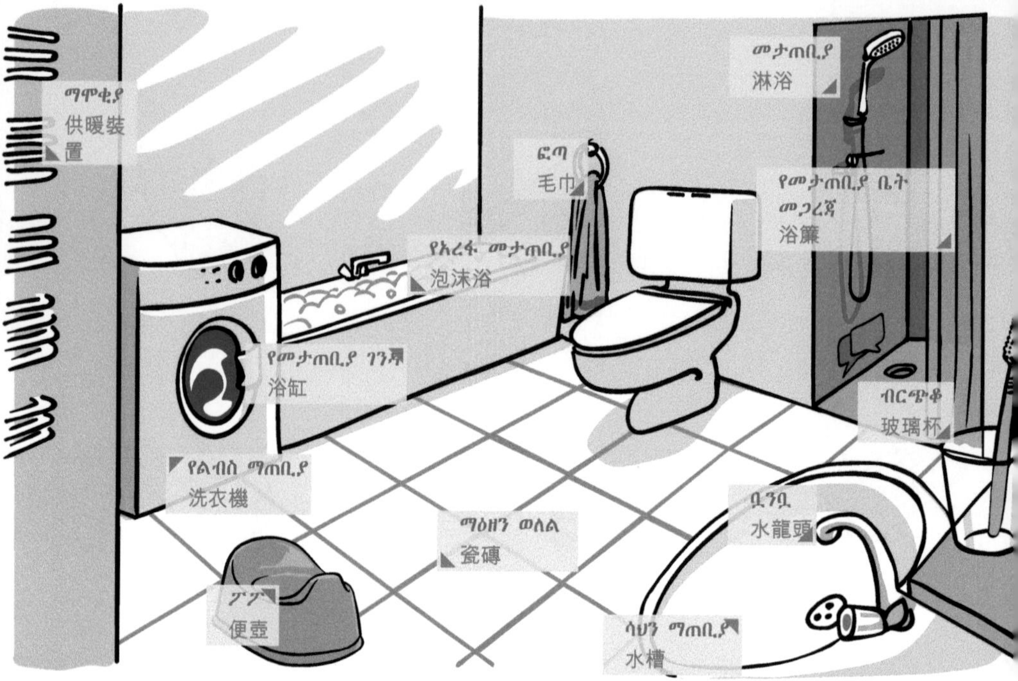

ሽንት ቤት

廁所

የሽንት ቤት መቀመጫ

蹲便器

ሳፋ

坐浴器

የመንገድ ዳር መሽኛ

小便斗

የሽንት ቤት ወረቀት

廁紙

የሽንት ቤት ማፅጃ ብሩሽ

馬桶刷

38 መታጠቢያ ቤት - 浴室

የጥርስ ብሩሽ

牙刷

የጥርስ ሳሙና

牙膏

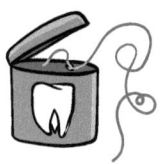

የጥርስ ማፅጃ ክር

牙線

መታጠብ

洗

የእጅ መታጠቢያ

手持式蓮蓬頭

መታጠቢያ

沖洗器

ጎድጓዳ ሳህን

洗臉盆

የጀርባ ብሩሽ

洗背刷

ሳሙና

肥皂

የመታጠቢያ የሚዝለገለግ ሳሙና

沐浴露

የፀጉር መታጠቢያ ሳሙና

洗髮乳

ለስላሳ ጨርቅ

法蘭絨

ፍሳሽ

排水

ክሬም

乳霜

ጠረን መቀየሪያ ንጥረ ነገር

除臭劑

መስታወት

鏡子

የእጅ መስታወት

手鏡

ምላጭ

刮鬍刀

የመላጫ አረፋ

刮鬍泡沫

ከመላጨት በኋላ የሚቀባ ሽቱ

鬍後水

ማበጠሪያ

梳子

ብሩሽ

刷子

የፀጉር ማድረቂያ

吹風機

በፀጉር ላይ የሚነፋ

噴髮定型劑

የፊት መቀባቢያ

化妝品

የከንፈር ቀለም

唇膏

የጥፍር ቀለም

指甲油

የጥጥ ሱፍ

化妝棉

ጥፍር መቁረጫ

指甲剪

ሽቶ

香水

ማጠቢያ ባልዲ

洗漱包

መቀመጫ

凳子

ሚዛን

計重秤

የመታጠቢያ ልብስ

浴袍

የላስቲክ ጓንት

橡膠手套

ሞዴስ

衛生棉條

የፅዳት ፎጣ

衛生棉

የሽንት ቤት ኬሚካል

化學廁所

# የልጅ ክፍል

## 兒童房

የማንቂያ ደዉል ሰዐት
鬧鐘
የህፃን አሻንጉሊት
毛絨玩具
የመጫወቻ
መኪና
玩具車
ማንገጫገጫ
መጫወቻ
撥浪鼓
የአሻንጉሊት ቤት
玩具屋
ስጦታ
禮物

ፊኛ

氣球

አልጋ

床

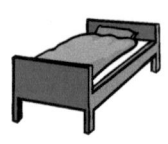

የህፃን ማንሸራሸሪያ ጋሪ

嬰兒車

የካርታ መጫወቻ

撲克牌

ቁርጥራጭ ምስሎችን የማገጣጠም
እና ምስል የማግኘት ጨዋታ

拼圖

አዝናኝ

漫畫

ተገጣጣሚ መጫወቻ

樂高積木

የመጫወቻ መገጣጠሚያዎች

積木玩具

የድርጊት ምስል

公仔

የህፃን እድገት

嬰兒服

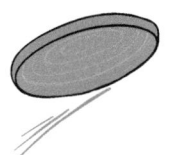

የፕላስቲክ መጫወቻ ዝርግ ሰሀን

飛盤

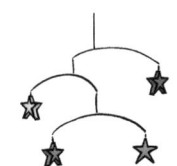

ተወዛዋዥ የህፃን ማጫወቻ

床鈴玩具

የሰሌዳ ጨዋታ

棋盤遊戲

የመጫወቻ ጠጠር

骰子

የመጫወቻ ባቡር

火車模型

የእንጀራ እናት ጡጦ

安撫奶嘴

ድግስ

派對

የስዕል መፅሀፍ

繪本

ኳስ

球

አሻንጉሊት

洋娃娃

መጫወት

玩

የአሸዋ መጫወቻ

沙坑

ዥዋዥዌ

鞦韆

መጫወቻዎች

玩具

የቪዲዮ መጫወቻ

電玩遊戲

ባለ ሶስት ጎማ ብስክሌት

三輪車

የአሻንጉሊት ድብ

泰迪熊

ቁምሳጥን

衣櫃

## አልባሳት

## 衣服

ካልሲዎች

襪子

ስቶኪንጎች

長襪

ታይት

緊身褲

የአንገት ልብስ
圍巾

ጥንጥላ
雨傘

ክናፈራ
T恤

ቀበቶ
皮帶

ቡቲ
靴子

የቤት ዉስጥ ነጠላ ጫማ
拖鞋

ስኒከሮች
運動鞋

ነጠላ ጫማዎች
涼鞋

ጫማዎች
鞋

የዝናብ ቡትስ
雨靴

ሙታንታ
內褲

ጡት መያዣ
胸罩

ሰደርያ
背心

ሰዉነት

身體

ሱሪዎች

褲子

ጅንስ

牛仔褲

ጉርድ ቀሚስ

短裙

ሸሚዝ

女式襯衫

ሸሚዝ

襯衫

የሚጠለቅ ሹራብ

套頭衫

ሹራብ

連帽上衣

ዩኒፎርም ጃኬት

西裝夾克

ጃኬት

夾克

ኮት

外套

የዝናብ ኮት

雨衣

ልብስ

套裝

ቀሚስ

連衣裙

የሙሽራ ቀሚስ

婚紗

ሱፍ

西裝

የለሊት ልብስ

睡袍

የለሊት ልብስ

睡衣

ረጅም ቀሚስ

莎麗

ሂጃብ

頭巾

ጥምጣም

包頭巾

ቡርቃ

波卡

ሽርጥ

卡夫坦

አባያ

(阿拉伯式)長袍

የዋና ልብስ

泳衣

አጭር ቁምጣ

男式泳褲

ቁምጣዎች

短褲

የስራ ቱታ

運動服

ሽርጥ

圍裙

ጓንት

手套

ቁልፍ

鈕扣

መነፅር

眼鏡

አምባር

手鏈

የአንገት ሀብል

項鍊

ቀለበት

戒指

የጆሮ ጌጥ

耳環

ኮፍያ

便帽

የኮት መስቀያ

衣架

ኮፍያ

帽子

ከረቫት

領帶

ዚፕ

拉鍊

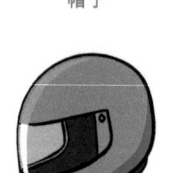

የብረት ቆብ

安全帽

መደገፊያ

背帶

የትምህርት ቤት የደንብ ልብስ

校服

የደንብ ልብስ

制服

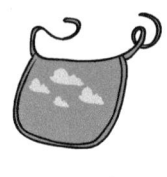

መሃረብ

圍兜

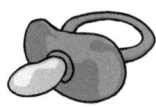

የእንጆሪ እናት ጡጦ

安撫奶嘴

ሽንት ጨርቅ

尿布

# ቢሮ

# 辦公室

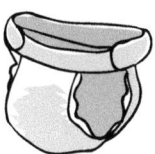

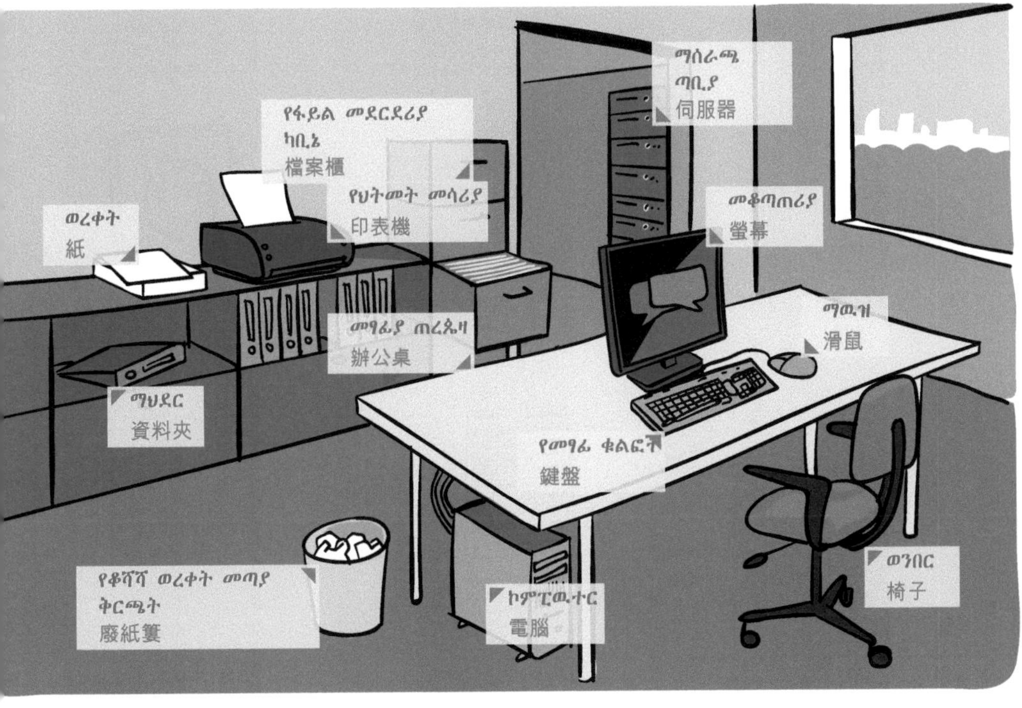

ማስሪጫ ጣቢያ
伺服器
የፋይል መደርደሪያ ካቢኔ
檔案櫃
የህትመት መሳሪያ
印表機
ወረቀት
紙
መቆጣጠሪያ
螢幕
ማዉዝ
滑鼠
መፃፊያ ጠረጴዛ
辦公桌
ማህደር
資料夾
የመፃፊ ቁልፎች
鍵盤
ወንበር
椅子
የቆሻሻ ወረቀት መጣያ ቅርጫት
廢紙簍
ኮምፒዉተር
電腦


የቡና መጠጫ ትልቅ ኩባያ

咖啡杯

ማስልያ ማሽን

計算機

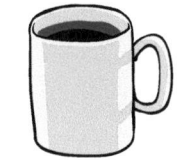

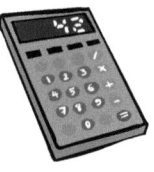

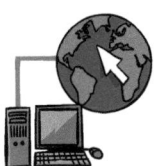

ኢንተርኔት

網際網路

ላፕቶፕ

筆記型電腦

ደብዳቤ

信件

መልዕክት

簡訊

ተንቀሳቃሽ ስልክ

行動電話

የግንኙነት አዉታር

網路

ማባዣ ማሽን

影印機

ሶፍትዌር

軟體

ስልክ

電話

የግድግዳ ሶኬት

插座

የፋክስ ማሽን

傳真機

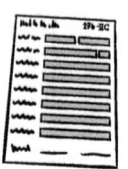

ቅፅ

表格

ሰነድ

檔案

መግዛት

買

መክፈል

付錢

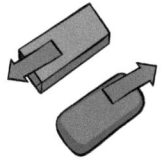

መነገድ

交易

ገንዘብ

現金

USD

ዶላር

美元

EUR

ዩሮ

歐元

JPY

የን

日元

RUB

ሩብል

盧布

CHF

የስዊዝ ፍራንክ

瑞士法郎

CNY

ሬንሚንቢ ዩዋን

人民幣

INR

ሩጲ

盧比

የገንዘብ ነጥብ

提款處

የዉጭ ገንዘብ ምንዛሪ ቢሮ

外幣兌換處

ወርቅ

金

ብር

銀

ዘይት

石油

ሀይል፤ ጉልበት

能源

ዋጋ

價格

ግንኙነት

合約

ቀረጥ

稅金

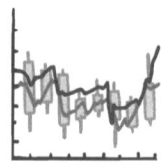

አክስዮን

股票

መስራት

工作

ተቀጣሪ

職員

ቀጣሪ

老闆

ፋብሪካ

工廠

ሱቅ

商店

# የስራ ሙያዎች

## 職業

የፖሊስ አዛዥ
警官
የእሳት አደጋ ሰራተኛ
消防員
ምግብ አብሳይ
廚師
ዶክተር
醫師
አብራሪ
飛行員

አትክልተኛ

園丁

አናጢ

木匠

ልብስ ሰፊ ሴት

裁縫

ዳኛ

法官

ቀማሚ

化學家

ተዋናይ

演員

የአዉቶቢስ ሹፌር

公車司機

የታክሲ ሹፌር

計程車司機

አሳ አጥማጅ

漁夫

ፅዳት ሰራተኛ

清洗女工

የጣራ ሰራተኛ

屋頂工

አስተናጋጅ

服務生

አዳኝ

獵人

ሰዓሊ

畫家

ጋጋሪ

麵包師

የኤሌትሪክ ሰራተኛ

電工

ገምቢ

建築工人

መሃንዲስ

工程師

ልኳንዳ

屠夫

የቧንቧ ሰራተኛ

水管工

የፖስታ ሰራተኛ

郵差

ወታደር

士兵

መሃንዲስ

建築師

የሒሳብ ሰራተኛ

收銀員

አበባ ሻጭ

花農

የፀጉር ሰራተኛ

理髮師

ቲኬት ቆራጭ

售票員

መካኒክ

機械技師

ካፒቴን

船長

የጥርስ ሐኪም

牙醫

ተመራማሪ

科學家

መምህር

拉比

የሙስሊም ሃይማኖታዊ መሪ

伊瑪目

መነኩሴ

和尚

ካህን

牧師

የስራ ሙያዎች - 職業

55

# መሳሪያዎች

## 工具

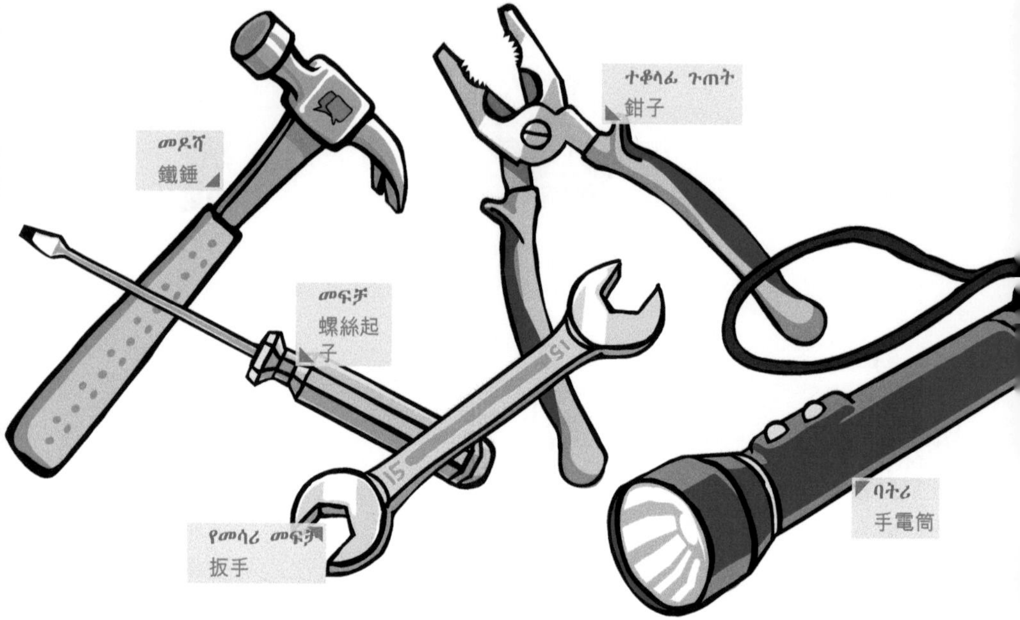

መዶሻ
鐵錘
ተቆላፊ ጉጠት
鉗子
መፍቻ
螺絲起子
የመሳሪ መፍቻ
扳手
ባትሪ
手電筒

በቁፋሮ የሚዝቅ

挖掘機

የመፍቻ ሳጥን

工具箱

መሰላል

梯子

መጋዝ

鋸子

ምስማር

釘子

መሰርሰሪያ

鑽機

መጠገን

修

አካፋ

鏟子

የተረገመ!

糟糕！

ቆሻሻ ማፈሻ

畚箕

የቀለም ቆርቆሮ

油漆桶

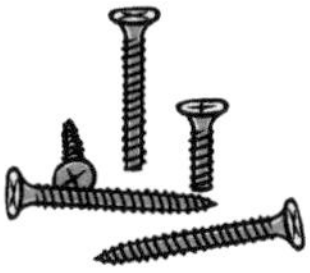

ብሎን

螺絲

## የሙዚቃ መሳሪያዎች

## 樂器

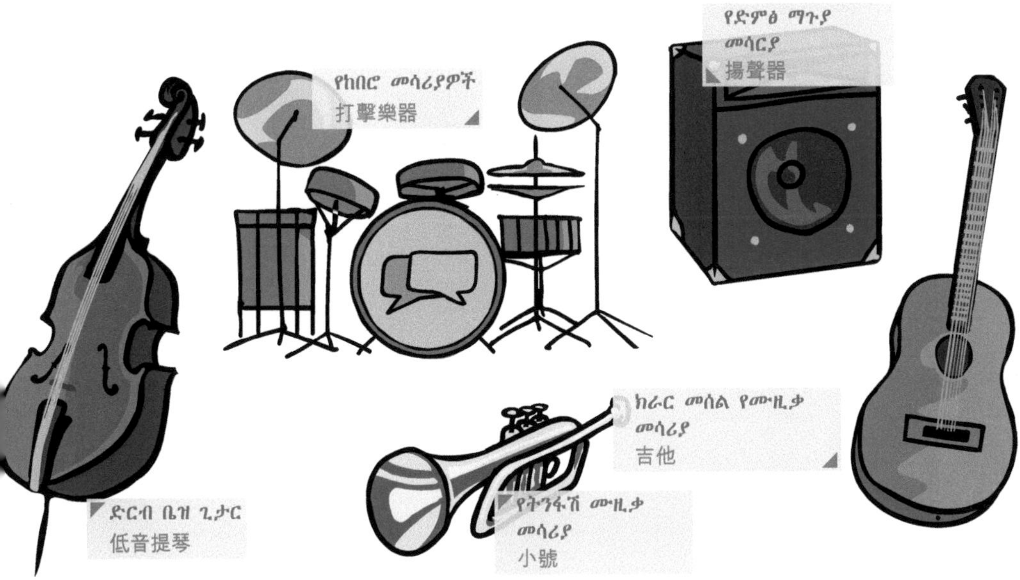

የከበሮ መሳሪያዎች
打擊樂器
የድምፅ ማጉያ መሳርያ
揚聲器
ክራር መሰል የሙዚቃ መሳሪያ
吉他
ድርብ ቤዝ ጊታር
低音提琴
የትንፋሽ ሙዚቃ መሳሪያ
小號

የሙዚቃ መሳሪያዎች - 樂器 57

ፒያኖ

鋼琴

ቫዮሊን

小提琴

ወፍራም፣ ጎርናና ድምፅ ያለዉ
ክራር መሰል ሙዚቃ መሳሪያ

貝斯

ነጋሪት

定音鼓

ከበሮ

鼓

በኤሌክትሪክ የሚሰራ ፒኖ

電子琴

የትንፋሽ ሙዚቃ መሳሪያ

薩克斯風

ዋሽንት

長笛

የድምፅ ማጉያ

麥克風

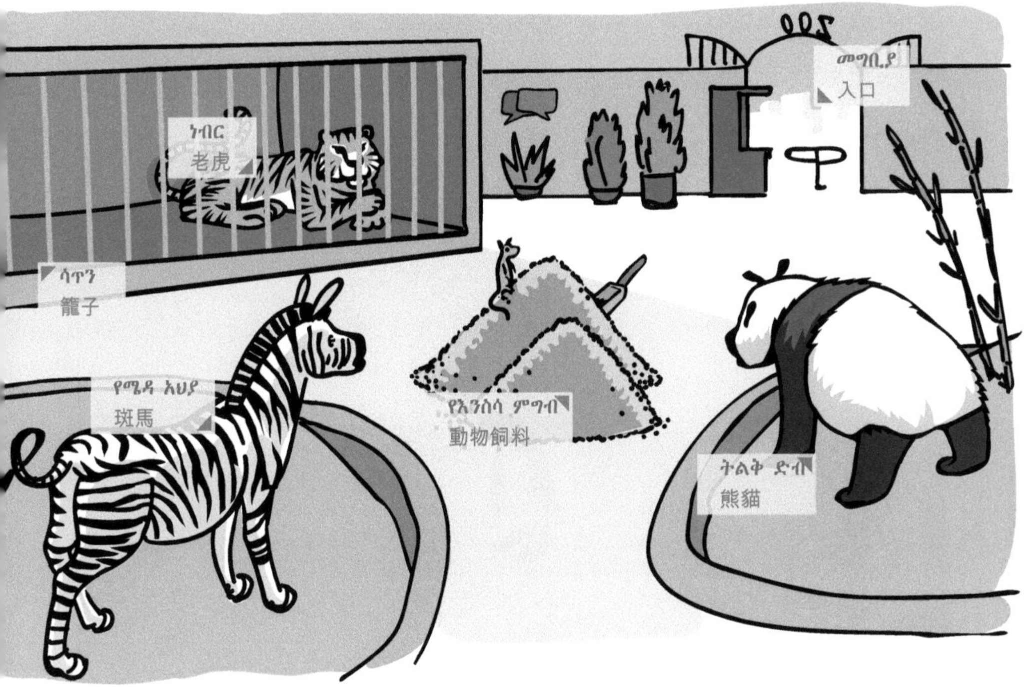
zoo
መግቢያ
入口
ነብር
老虎
ሳጥን
籠子
የሜዳ አህያ
斑馬
የእንስሳ ምግብ
動物飼料
ትልቅ ድብ
熊貓

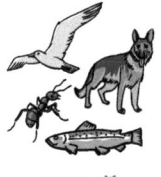

እንስሳቶች

動物

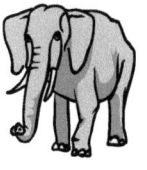

ዝሆን

大象

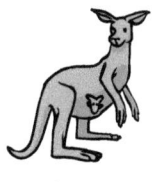

ካንጋሮ

袋鼠

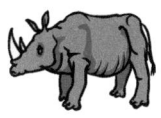

አዉራሪስ

犀牛

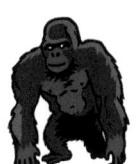

ትልቅ ዝንጀሮ

大猩猩

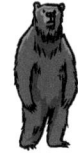

ድብ

熊

ግመል

駱駝

ሰጎን

鴕鳥

አንበሳ

獅子

ጦጣ

猴子

ቅልጥመ ረዥም ወፍ

紅鶴

በቀቀን

鸚鵡

የወዋልታ ድብ

北極熊

የዋልታ ወፎች

企鵝

ረጅም ጥርሶች ያሉትአሳ ነባሪ

鯊魚

ጣዎስ

孔雀

እባብ

蛇

አዞ

鱷魚

የዱር አራዊት የሚጠበቁበት
ማቆያን የሚጠብቅ

動物園管理員

አሳ በሊታ የባህር እንስሳ

海豹

የዱር ድመት

美洲豹

ድንክ ፈረስ

矮種馬

ነብር

豹

ጉማሬ

河馬

ቀጭኔ

長頸鹿

ንስር

老鷹

ከርከሮ

野豬

አሳ

魚

የባህር ኤሊ

龜

የባህር አውሬ

海象

ቀበሮ

狐狸

የሜዳ ፍየል፤ ሚዳቋ

羚羊

# የስፖርት አይነቶች

## 體育

የአሜሪካ እግርኳስ
橄欖球
የብስክሌት ስፖርት
騎腳踏車
ቴኒስ
網球
የቅርጫት ኳስ
籃球
ዋና
游泳
የቡጢ ስፖርት
拳擊
የበረዶ ላይ የገና ጨዋታ
冰球

እግር ኳስ

美式足球

የላባ ኳስ ጨዋታ

羽毛球

አትሌቲክስ

田徑

የእጅ ኳስ ስፖርት

手球

የበረዶ መንሸራተት ስፖርት

滑雪

ፈረስ ግልቢያ

馬球

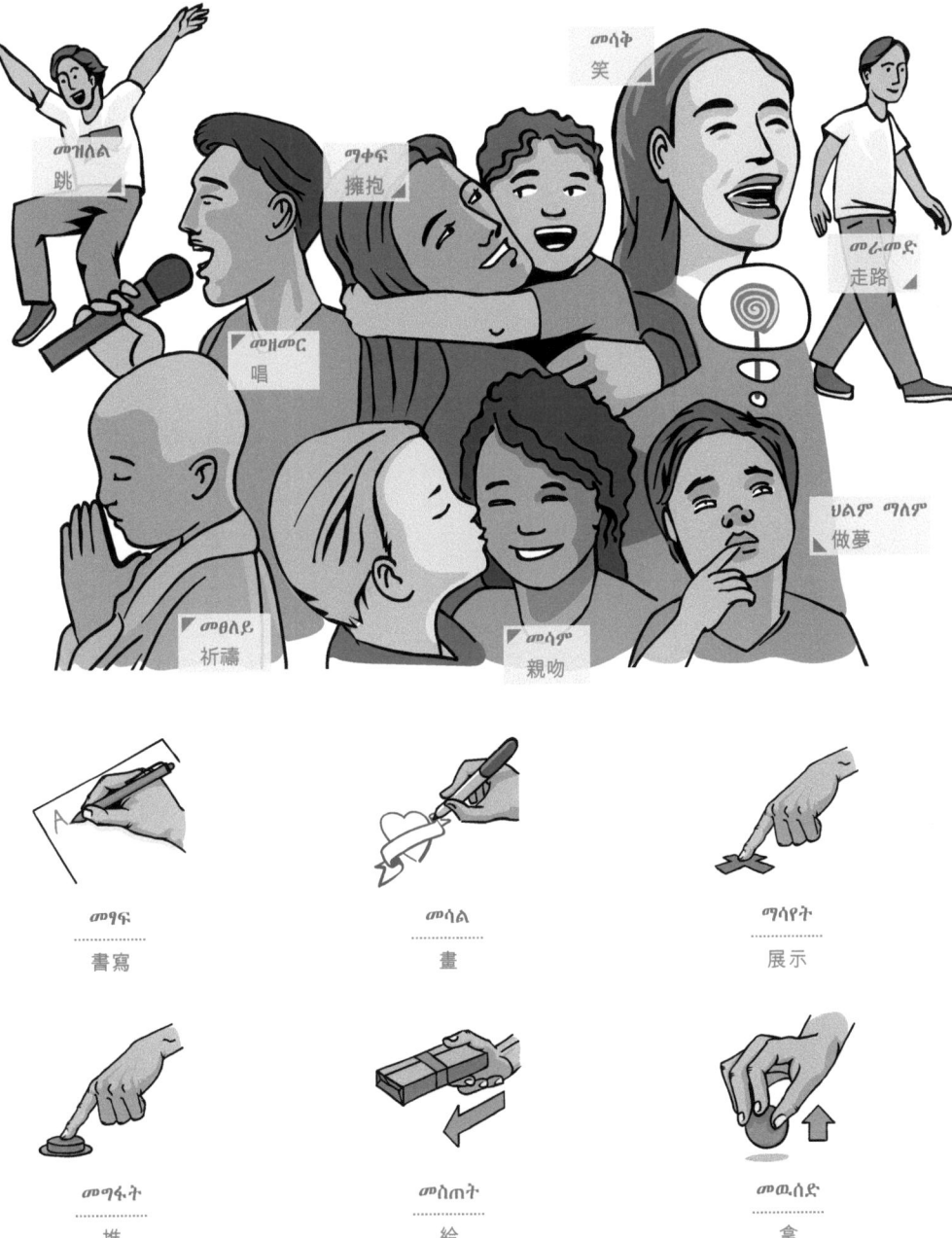

# እንቅስቃሴዎች
## 活動

መፃፍ

書寫

መሳል

畫

ማሳየት

展示

መግፋት

推

መስጠት

給

መዉሰድ

拿

መያዝ
.....
有

ማድረግ
.....
做

መሆን
.....
當

መቆም
.....
站

መሮጥ
.....
跑

መሳብ
.....
拉

መወርወር
.....
丟

መዉደቅ
.....
摔倒

መዋሸት
.....
躺

መጠበቅ
.....
等待

መሸከም
.....
攜帶

መቀመጥ
.....
坐

መልበስ
.....
穿衣

መተኛት
.....
睡覺

መንቃት
.....
醒來

መመልከት

看

ማለልቀስ

哭

መጫር

擊

ማበጠር

梳頭

ማዉራት

交談

መረዳት

明白

ጥያቄ

問

ማዳመጥ

聽

መጠጣት

喝

መብላት

吃

ማንፃት

清理

ማ ቀር

愛

ምግብ ማብሰል

做飯

መንዳት

開車

መብረር

飛

መርከብ መንዳት

航行

ቁጥሮችን ማስላት

計算

ማንበብ

讀

መማር

學習

መስራት

工作

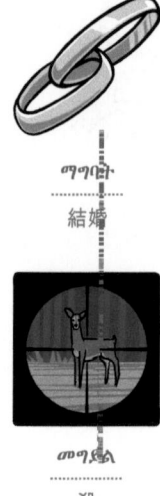

ማግባት

結婚

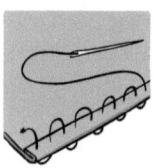

መስፋት

縫

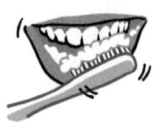

ጥርስ መቦረሽ

刷牙

መግደል

殺

ማጨስ

抽菸

መላክ

寄

የሴት አያት
祖母

የወንድ አያት
祖父

አባት
父親

እናት
母親

ህፃን
嬰兒

ሴት ልጅ
女兒

ወንድ ልጅ
兒子

**እንግዳ**

客人

**አክስት**

阿姨

**አጎት**

叔叔

**ወንድም**

兄弟

**እህት**

姐妹

# አካል

## 身體

前額
አይን
眼睛
ትከሻ
肩膀
ጣት
手指
ፊት
臉
አገጭ
下巴
እጅ
手
እግር
腿
ጡት
乳房
ክንድ
手臂

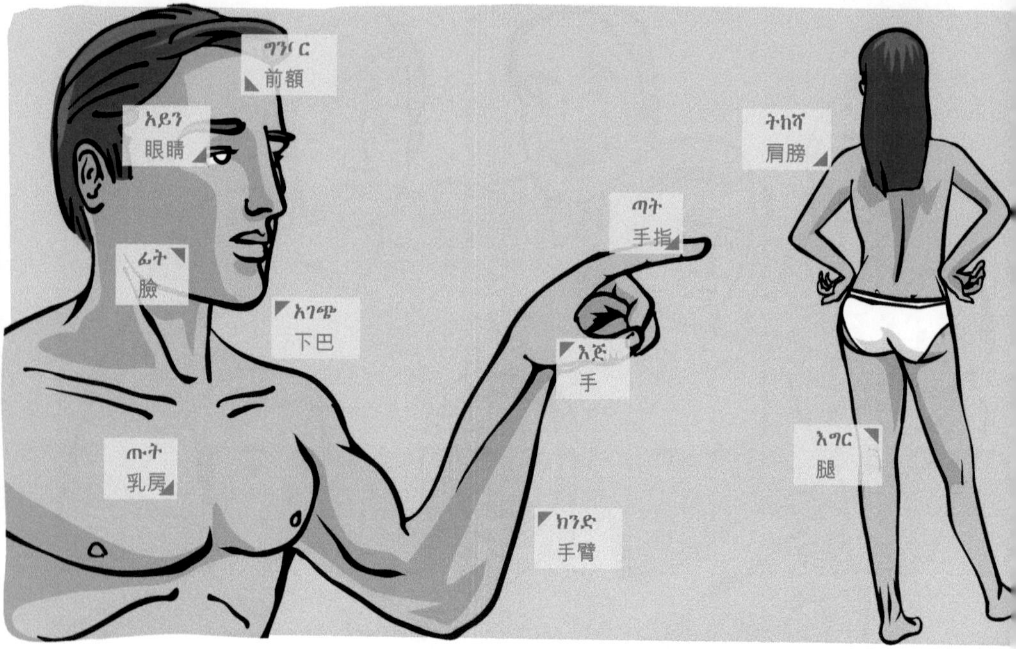

ህፃን

嬰兒

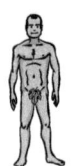

ሰዉ

男人

ሴት

女人

ልጃገረድ

女孩

ወንድ ልጅ

男孩

ራስ

頭

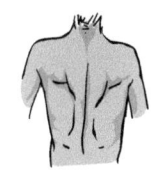

ጀርባ

背部

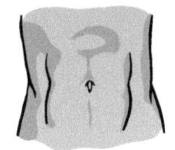

ሆድ

肚子

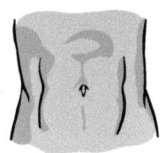

እምብርት

肚臍

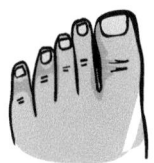

የእግር ጣት

腳趾

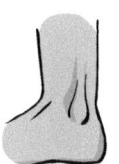

ተረከዝ

腳後跟

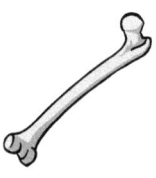

አጥንት

骨頭

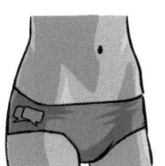

ዳሌ

臀部

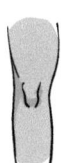

ጉልበት

膝蓋

ክርን

手肘

አፍንጫ

鼻子

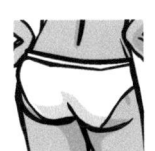

ቂጥ

屁股

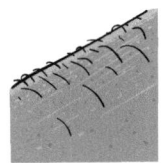

ቆዳ

皮膚

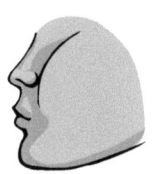

ጉንጭ

臉頰

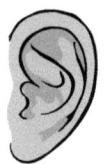

ጆሮ

耳朵

ከንፈር

嘴唇

አካል - 身體

69

አፍ
..........
嘴

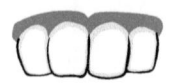

ጥርስ
..........
牙齒

ምላስ
..........
舌頭

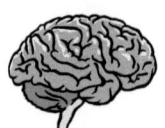

አንጎል
..........
腦

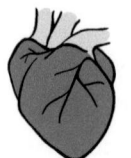

ልብ
..........
心臟

ጡንቻ
..........
肌肉

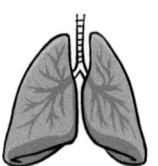

ሳምባ
..........
肺

ጉበት
..........
肝臟

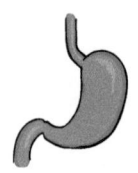

ሆድ
..........
胃

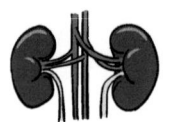

ኩላሊቶች
..........
腎臟

የግብረስጋ ግንኙነት
..........
性交

ኮንዶም
..........
保險套

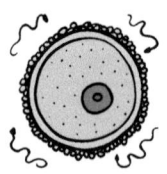

የሴት እንቁላል
..........
卵子

የዘር ፈሳሽ
..........
精子

እርግዝና
..........
懷孕

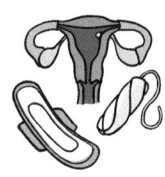

የወር አበባ

月事

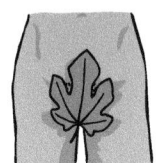

እምስ

陰道

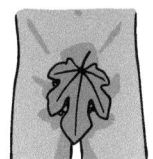

ቁላ

陰莖

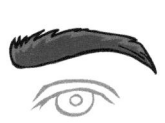

ቅንድብ

眉毛

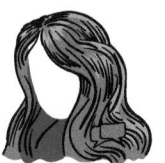

ፀጉር

頭髮

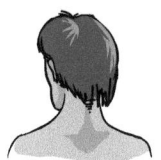

አንገት

脖子

# ሆስፒታል
## 醫院

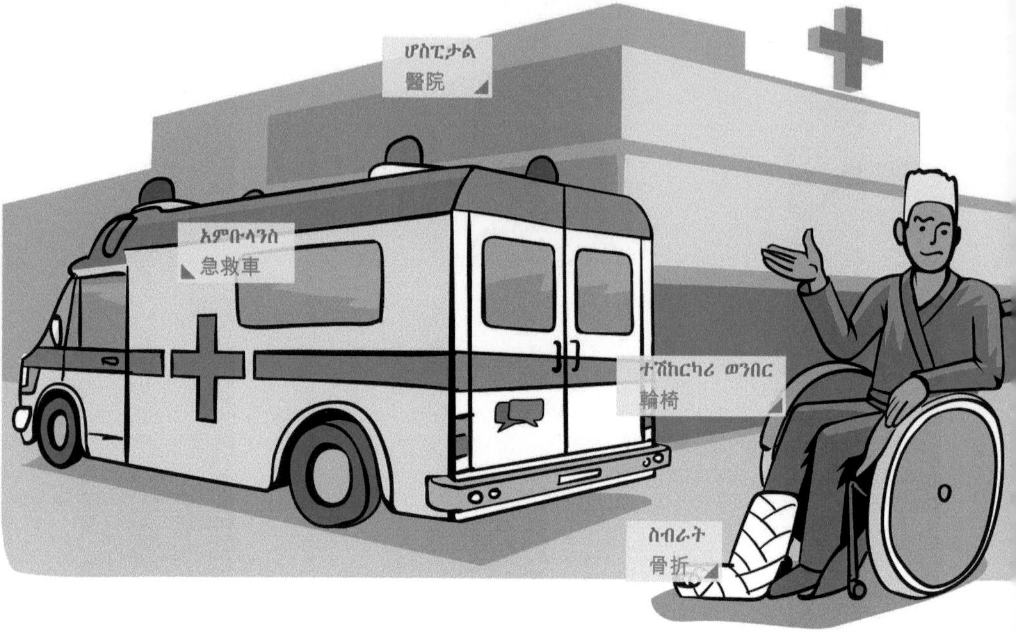

ሆስፒታል
醫院
አምቡላንስ
急救車
ተሽከርካሪ ወንበር
輪椅
ስብራት
骨折

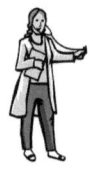

ዶክተር

醫師

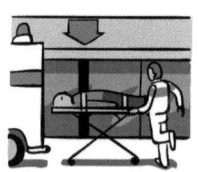

ድንገተኛ ክፍል

急診室

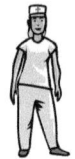

ነርስ

護理師

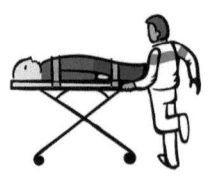

ድንገተኛ

緊急情形

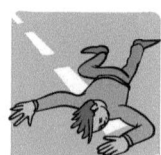

ራስን መሳት/ አለማወቅ

昏迷

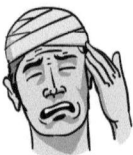

ህመም

痛

ጉዳት

受傷

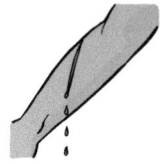

መድማት

出血

የልብ ድካም

心臟病發作

ስትሮክ

中風

አለርጂ

過敏

ሳል

咳嗽

ትኩሳት

發燒

ኢንፍሉዌንዛ

流感

ተቅማጥ

腹瀉

የራስ ምታት

頭痛

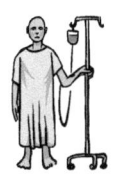

ካንሰር

癌症

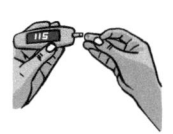

የስኳር በሽታ

糖尿病

ቀዶ ጠጋኝ ሐኪም

外科醫師

የቀዶ ጥገና ስለት

手術刀

ቀዶ ጥገና

手術

ሲቲ

電腦斷層掃描

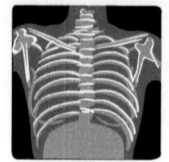

ኤክስሬዮ

X光

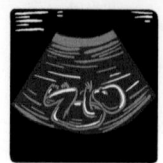

አልትራሳዉንድ

超音波

የፊት ጭምብል

口罩

በሽታ

疾病

መጠበቂያ ክፍል

候診室

ምርኩዝ

拐杖

የቁስል ማሸጊያ

石膏

ፋሻ

繃帶

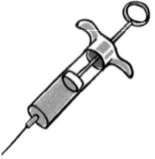

መርፌ

注射

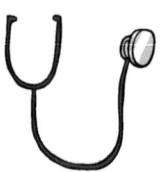

የልብ ምት ማዳመጫ መሳሪያ

聽診器

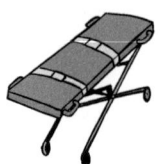

የበሽተኛ አልጋ

擔架

የህክምና ሙቀት መለኪያ መሳሪያ

體溫計

መውለድ

出生

ከልክ ያለፈ ክብደት

超重

ለመስማት የሚረዳ መሳሪያ

助聽器

ፀረ ተባይ መድሀኒት

消毒液

ማመርቀዝ

感染

ቫይረስ

病毒

ኤች አይቪ ኤድስ

愛滋病

ህክምና

藥物

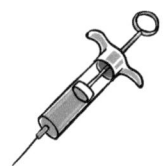

ክትባት

接種疫苗

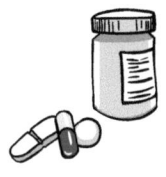

ኒን

藥片

ኒን

藥丸

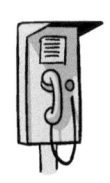

አስቸኳይ የስልክ ጥሪ

急救電話

ደም ግፊት መቆጣጠሪያ

血壓計

ህመም/ ጤንነት

生病/健康

እርዳታ!

救命！

ማንቂያ ደወል

警報

ጥቃት

突擊

ድብደባ

攻擊

አደጋ

危險

የድንገተኛ መዉጫ

緊急出口

እሳት!

失火了！

እሳት ማጥፊያ

滅火器

አደጋ

意外

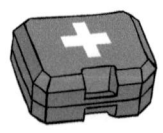

የመጀመሪያ እርዳታ መድሃኒት መያዣ

急救箱

ነፍስ አድን

呼救訊號

ፖሊስ

員警

አዉሮፓ

歐洲

ሰሜን አሜሪካ

北美洲

ደቡብ አሜሪካ

南美洲

አፍሪካ

非洲

እስያ

亞洲

አዉስትራሊያ

澳洲

አትላንቲክ

大西洋

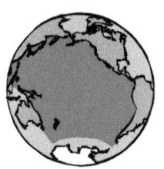

ፓስፊክ

太平洋

የህንድ ዉቅያኖስ

印度洋

አንታርክቲክ ዉቅያኖስ

南冰洋

አርክቲክ ዉቅያኖስ

北冰洋

ሰሜን ዋልታ

北極

**ደቡብ ዋልታ**
南極

**አንታርክቲካ**
南極洲

**ምድር**
地球

**መሬት**
陸地

**ባህር**
海

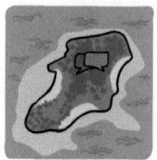

**ደሴት**
島

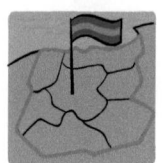

**አገርና ህዝብ**
國家

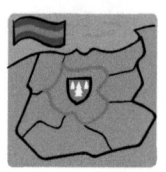

**መንግስት**
州

የሰዓት ገፅታ

錶盤

ሰዓት

時針

ደቂቃ

分針

ሴኮንድ

秒針

ስንት ሰዓት ነው?

現在幾點？

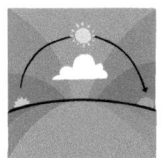

ቀን

天

ጊዜ

時間

አሁን

現在

የቁጥር ሰዐት

電子錶

ደቂቃ

分

ሰዓታት

時

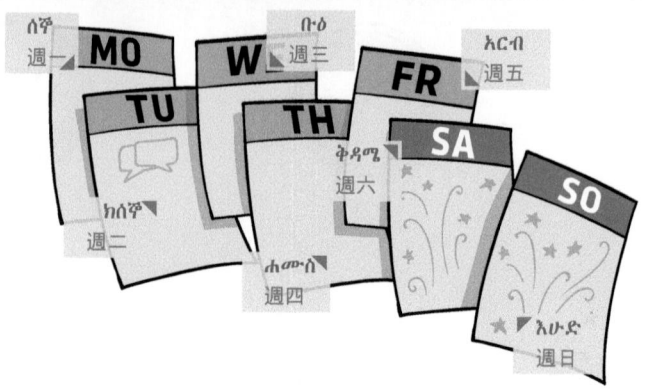

MO
TU
W
TH
FR
SA

1

ትላንት

昨天

2

ዛሬ

今天

3

ነገ

明天

ለዳ

早晨

ቀትር

中午

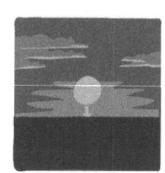

ምሽት

晚上

MO TU WE TH FR SA SU
1 2 3 4 5 6 7
8 9 10 11 12 13 14
15 16 17 18 19 20 21
22 23 24 25 26 27 28
29 30 31 1 2 3 4

የስራ ቀናት

工作日

MO TU WE TH FR SA SU
1 2 3 4 5 6 7
8 9 10 11 12 13 14
15 16 17 18 19 20 21
22 23 24 25 26 27 28
29 30 31 1 2 3 4

የዕ ፍት ቀናት

週末

ዝናብ
雨
ቀስተ ዳመና
彩虹
ጥጥ የሚመስል አመዳይ
በረዶ
雪
風
ፀደይ
春
መኸር
秋
በጋ
夏
ክረምት
冬

የአየር ሁኔታ ትንበያ

天氣預告

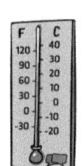

የሙቀት መለኪያ

溫度計

የፀሀይ ሙቀት

陽光

ደመና

雲

ጭጋግ

霧

እርጥበታማነት

潮濕

መብረቅ

閃電

ነጎድጓድ

打雷

አዉሎ ንፋስ

風暴

የበረዶ ዝናብ

冰雹

አዉሎ ንፋስ

季風

ጎርፍ

洪水

በረዶ

冰

ጥር

一月

የካቲት

二月

መጋቢት

三月

ሚያዚያ

四月

ግንቦት

五月

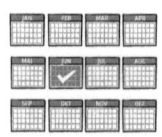

ሰኔ

六月

ሐምሌ

七月

ነሀሴ

八月

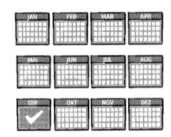

መስከረም

九月

ጥቅምት

十月

ህዳር

十一月

ታህሳስ

十二月

## ቅርፆች

## 形狀

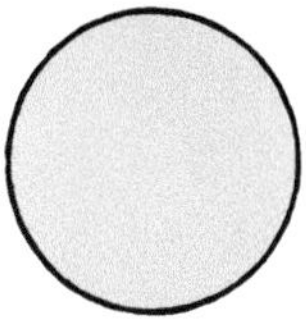

ክብ

圓形

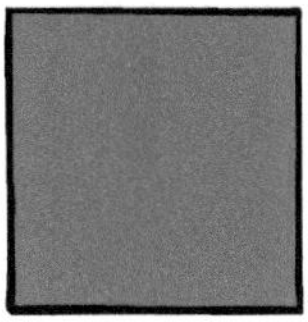

አራት ማዕዘን

正方形

አራት ቀጥተኛ ማዕዘኖች ጎኖች ያሉት ቅርፅ

長方形

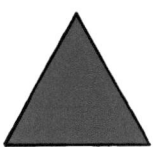

ሶስት ማዕዘን

三角形

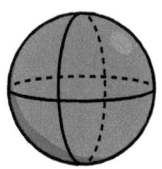

ሉ

球體

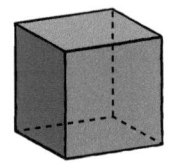

ስ ስት ጎን ያለዉ ቅርፅ

立方體

# ቀለማት

# 顏色

ነጭ

白

ቢጫ

黃

ርቱካናማ

橙

ሮዝ

粉

ቀይ

紅

ወይን ጠጅ

紫

ሰማያዊ

藍

አረንጓዴ

綠

ቡኒ

棕

ግራጫ

灰

ጥቁር

黑

ብዙ/ ጥቂት

很多/少許

ንዴት/ እርጋታ

生氣/平靜

ቆንጆ/ አስቀያሚ

美/醜

ጅማሬ/ ፍፃሜ

首/尾

ትልቅ/ ትንሽ

大/小

ደማቅ/ ደብዛዛ

明/暗

ወንድም/ እህት

兄弟/姐妹

ንፁህ/ ቆሻሻ

乾淨/骯髒

የተሟላ/ ያልተሟላ

完整/缺失

ቀን/ ምሽት

白天/晚上

የሞተ/ ህያዉ

死/生

ሰፊ/ ጠባብ

寬/窄

የሚበላ/ የማይበላ

可食用/非食用

ክፉ/ ደግ

邪惡/善良

ደስተኛ/ ድብርተኛ

興奮/無聊

ወፍራም/ ቀጭን

胖/瘦

መጀመርያ/ መጨረሻ

第一/最後

ጓደኛ/ ጠላት

朋友/敵人

ሙሉ/ ጎዶሎ

滿/空

ጠንካራ/ ለስላሳ

硬/軟

ከባድ/ ቀላል

重/輕

ረሃብ/ ጥማት

餓/渴

ህመም/ ጤንነት

生病/健康

ህገወጥ/ ህጋዊ

非法/合法

ጎበዝ/ ደደብ

聰明/愚笨

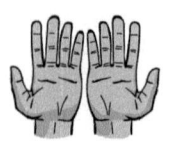

ግራ/ ቀኝ

左/右

ቅርብ/ ሩቅ

近/遠

ዲስ/ ሮጌ

新/舊

ምንም/ የሆነ ነገር

沒有/有些

ሽማግሌ/ ወጣት

老/幼

የበራ/ የጠፋ

開/關

ክፍት/ ዝግ

打開/闔上

ፀጥታ/ ጫጫታ

安靜/吵鬧

ሃብታም/ ደሃ

富/窮

ትክክለኛ/ የተሳሳተ

對/錯

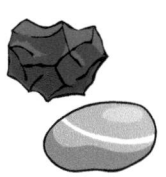

ሻካራ/ ለስላሳ

粗糙/光滑

ሐዘን/ ደስታ

傷心/高興

ጭር/ ረዥም

短/長

ዝግተኛ/ ፈጣን

慢/快

እርጥብ/ ደረቅ

濕/乾

ሞቃት/ ቀዝቃዛ

溫暖/涼爽

ጦርነት/ ሰላም

戰爭/和平

# ቁጥሮች

## 數字

**0**

ዜሮ

零

**1**

አንድ

一

**2**

ሁለት

二

**3**

ሶስት

三

**4**

አራት

四

**5**

አምስት

五

**6**

ስድስት

六

**7**

ሰባት

七

**8**

ስምንት

八

**9**

ዘጠኝ

九

**10**

አስር

十

**11**

አስራ አንድ

十一

12

አስራ ሁለት

十二

13

አስራ ሶስት

十三

14

አስራ አራት

十四

15

አስራ አምስት

十五

16

አስራ ስድስት

十六

17

አስራ ሰባት

十七

18

አስራ ሰስምንት

十八

19

አስራ ዘጠኝ

十九

20

ሃያ

二十

100

መቶ

百

1.000

ሽህ

千

1.000.000

ሚሊዮን

百萬

# ቋንቋዎች

## 語言

እንግሊዝኛ

英語

የአሜሪካ እንግሊዝኛ

美式英語

የቻይና ማንዳሪን

普通話

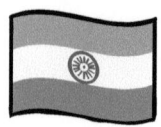

ሂንዱ

印地語

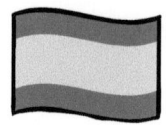

ስፓኒሽ

西班牙語

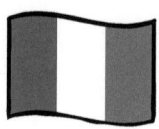

ፍሬንች

法語

አረብኛ

阿拉伯語

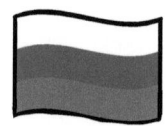

ራሺያኛ

俄語

ፖርቱጊዝ

葡萄牙語

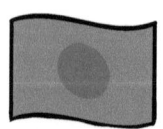

ቤንጋሊ

孟加拉語

ጀርመን

德語

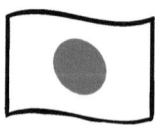

ጃፓንኛ

日語

# ማን/ ምን/ እንዴት

## 誰/什麼/如何

እኔ

我

አንተ

你

እሱ/ እርሷ/ እቃዉ

他/她/它

እኛ

我們

አንተ

你們

እነርሱ

他們

ማን?

誰？

ምን?

什麼？

እንዴት?

如何？

የት?

何處？

መቼ?

何時？

ስም

名字

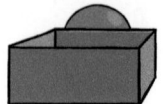

# የት
# 方位

በስተጀርባ

後面

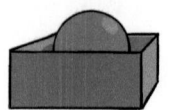

ዉስጥ

裡面

ከፊት ለፊት

前面

ከላይ

上方

ላይ

上面

ከስር

下麵

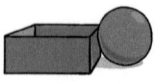

አጠገብ

旁邊

መሃከል

中間

ቦታ

地點